AF219549

Impressum
Verlag: BABADADA GmbH, Nedderfeld 112 , 22529 Hamburg
Geschäftsführer / Verlagsleitung: Harald Hof
Druck: Books on Demand GmbH, In de Tarpen 42, 22848 Norderstedt

Imprint
Publisher: BABADADA GmbH, Nedderfeld 112 , 22529 Hamburg, Germany
Managing Director / Publishing direction: Harald Hof
Print: Books on Demand GmbH, In de Tarpen 42, 22848 Norderstedt

shule

trường học

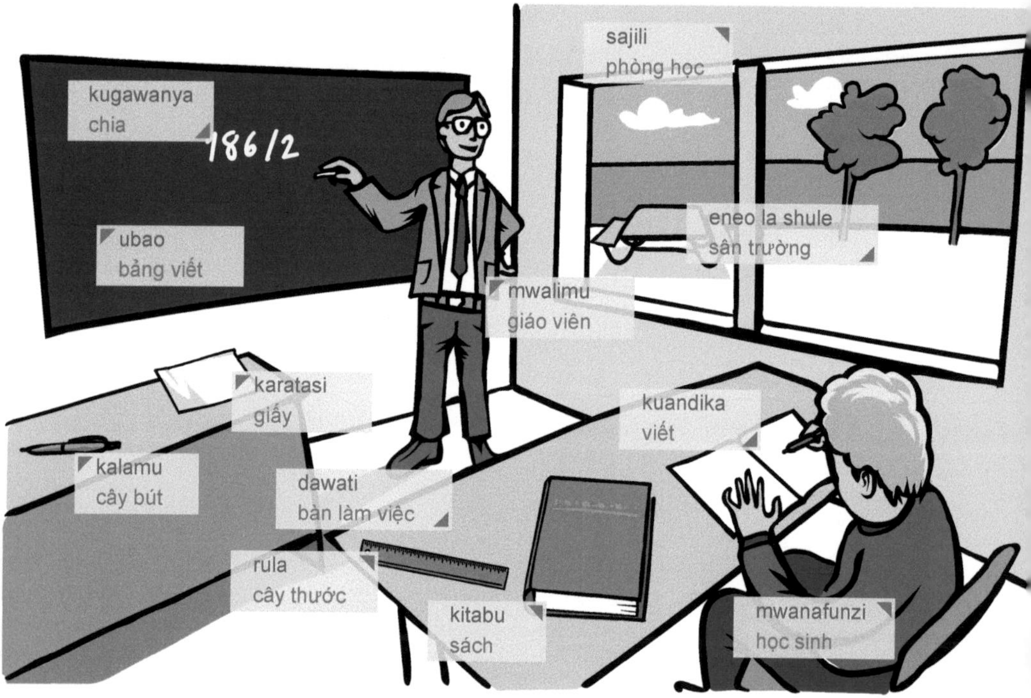

sajili
phòng học
kugawanya
chia
186/2
ubao
bảng viết
eneo la shule
sân trường
mwalimu
giáo viên
karatasi
giấy
kuandika
viết
kalamu
cây bút
dawati
bàn làm việc
rula
cây thước
kitabu
sách
mwanafunzi
học sinh

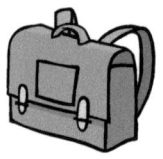

mkoba
cặp đeo vai học sinh

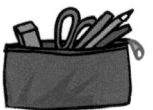

kikasha cha penseli
hộp đựng bút

penseli
bút chì

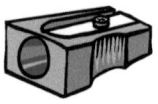

kichonga penseli
cái gọt bút chì

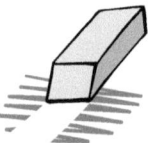

mpira
cục tẩy

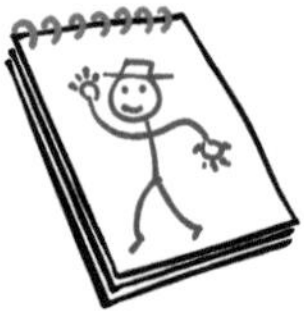

pedi ya kuchora
tập giấy vẽ

uchoraji

bản vẽ

brashi ya rangi

cọ vẽ

sanduku la rangi

hộp mực vẽ

mkasi

cây kéo

gundi

keo dán

daftari

sách bài tập

kazi ya nyumbani

bài tập ở nhà

nambari

số

jumlisha

cộng

ondoa

trừ

zidisha

nhân

kokotoa

tính toán

barua

chữ cái

alfabeti

bảng chữ cái

hello

neno

từ

maandishi

văn bản

kusoma

đọc

chaki

phấn viết

somo

bài học

sajili

sổ lớp

uchunguzi

thi kiểm tra

cheti

chứng chỉ

sare za shule

đồng phục học sinh

elimu

giáo dục

elezo

từ điển bách khoa

chuo kikuu

đại học

darubini

kính hiển vi

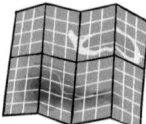

ramani

bản đồ

kikapu cha kuweka karatasi chafu

thùng rác giấy

usafiri
du lịch

hoteli
khách sạn
Grand
hosteli
nhà trọ
ROOMS
ofisi ya ubadilishanaji
quầy đổi tiền
sanduku
va li
gari
xe ô tô

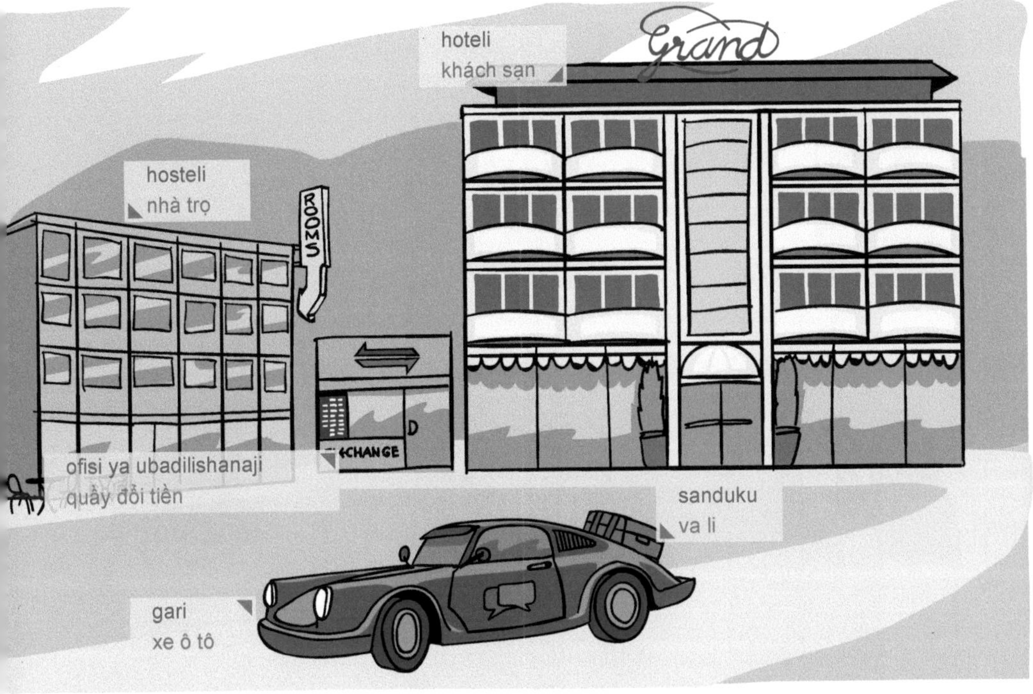

lugha

ngôn ngữ

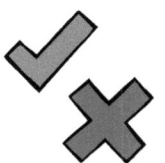

ndiyo / la

có / không

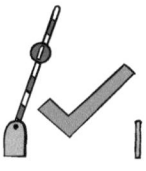

sawa

ô kê

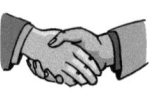

hujambo

Xin chào

mtafsiri

thông dịch viên

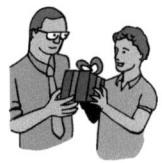

Asante

cám ơn

kiasi gani ni ...?

... bao nhiêu tiều?

Sielewi

tôi không hiểu

tatizo

vấn đề

Jioni njema!

Xin chào! (buổi tối)

Habari za asubuhi!

xin chào! (buổi sáng)

Usiku mwema!

chúc ngủ ngon!

kwa heri

tạm biệt

mwelekeo

hướng đi

mizigo

hành lý

mfuko

túi xách

shanta

túi ba lô

mgeni

khách

chumba

phòng

begi la kulalia

túi ngủ

hema

lều

taarifa ya utalii

thông tin du lịch

ufuo

bãi biển

kadi

thẻ tín dụng

kifunguakinywa

ăn sáng

chakula cha mchana

ăn trưa

chakula cha jioni

ăn tối

tiketi

vé xe

kuinua

thang máy

muhuri

tem bưu điện

mpaka

biên giới

mila

hải quan

ubalozi

đại sứ quán

visa

thị thực

pasipoti

hộ chiếu

usafiri

vận chuyển

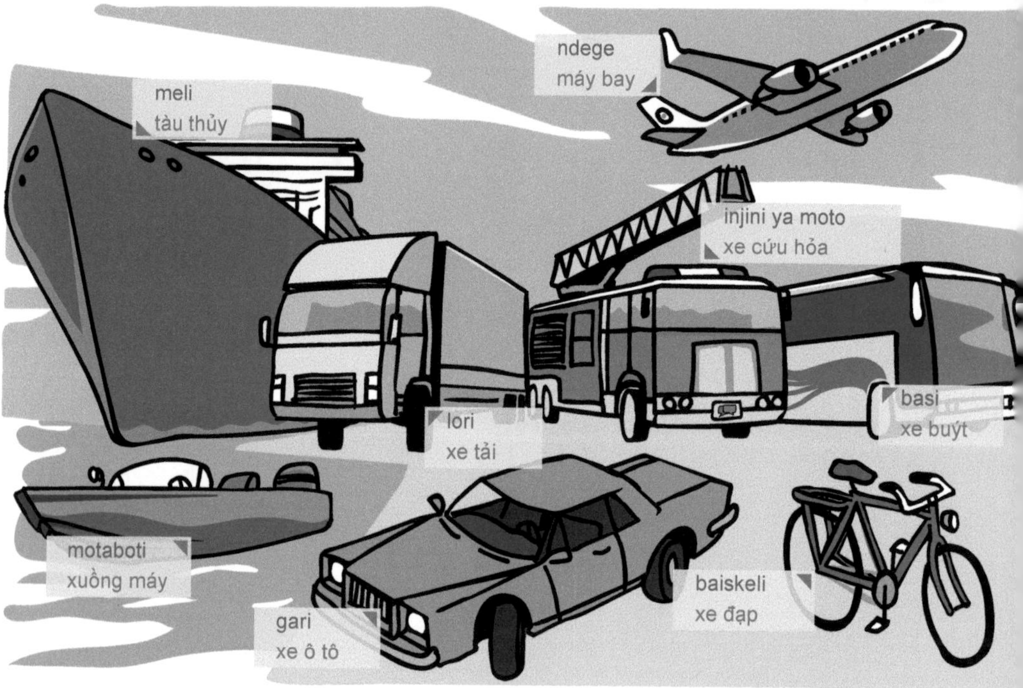

ndege
máy bay
meli
tàu thủy
injini ya moto
xe cứu hỏa
lori
xe tải
basi
xe buýt
motaboti
xuồng máy
baiskeli
xe đạp
gari
xe ô tô

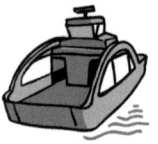

feri

phà

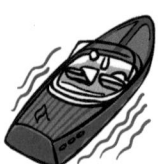

mashua

xuồng

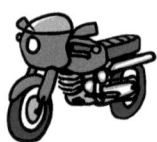

pikipiki

xe máy

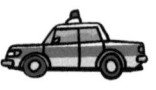

gari la polisi

xe cảnh sát

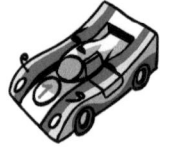

gari la mashindano

xe đua

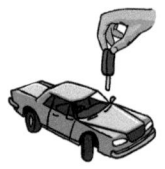

gari la kukodisha

xe cho thuê

kushiriki gari

dịch vụ thuê xe tự lái

lori la kuvuta

xe kéo cứu hộ

ukusanyaji taka

xe rác

motor

động cơ

mafuta

xăng

kituo cha mafuta

trạm xăng

ishara trafiki

biển báo giao thông

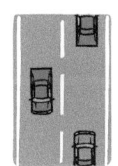

trafiki

giao thông

msongamano

ách tắc giao thông

maegesho

bãi đậu xe

kituo cha treni

nhà ga

reli

đường ray

garimoshi

xe lửa

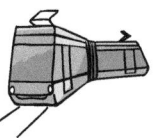

tremu

tàu điện

gari la mizigo

toa xe

helikopta

máy bay trực thăng

uwanja wa ndege

sân bay

mnara

tháp

abiria

hành khách

chombo

côngtenơ

katoni

thùng các-tông

mkokoteni

xe đẩy

kikapu

cái giỏ

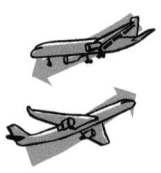

ondoka

cất cánh / hạ cánh

jiji
thành phố

kijiji

làng

katikati ya jiji

trung tâm thành phố

nyumba

nhà

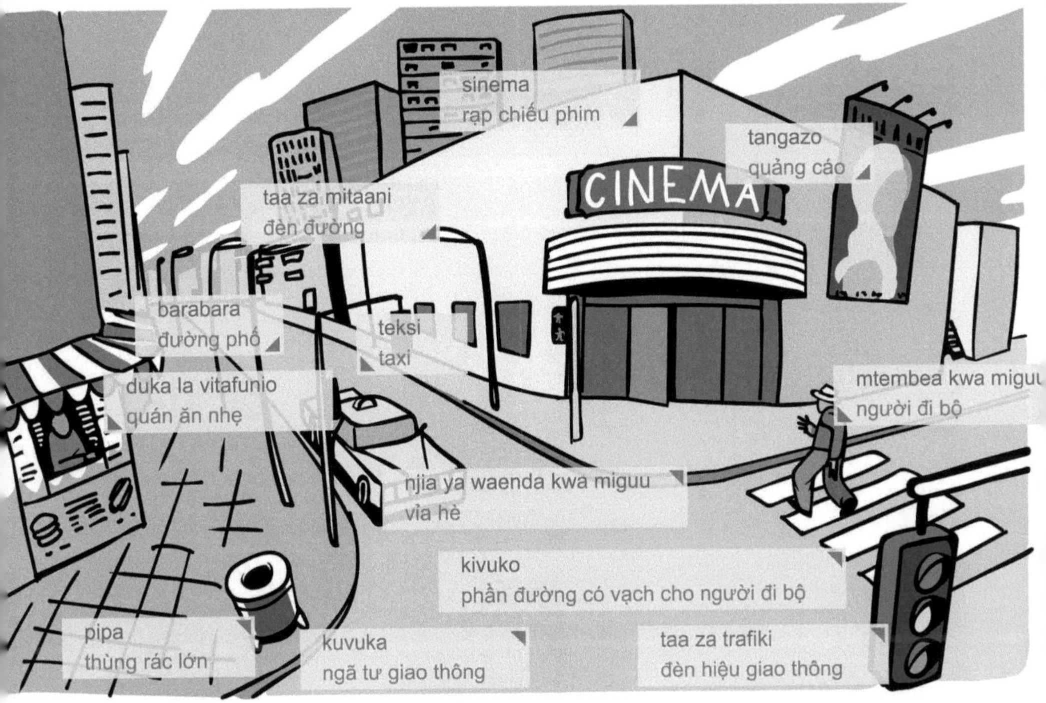

sinema
rạp chiếu phim

tangazo
quảng cáo

taa za mitaani
đèn đường

CINEMA

barabara
đường phố

teksi
taxi

duka la vitafunio
quán ăn nhẹ

mtembea kwa miguu
người đi bộ

njia ya waenda kwa miguu
vìa hè

kivuko
phần đường có vạch cho người đi bộ

pipa
thùng rác lớn

kuvuka
ngã tư giao thông

taa za trafiki
đèn hiệu giao thông

kibanda

nhà chòi

gorofa

căn hộ

kituo cha treni

nhà ga

ukumbi wa mji

tòa thị chính

Makavazi

viện bảo tàng

shule

trường học

chuo kikuu

đại học

benki

ngân hàng

hospitali

bệnh viện

hoteli

khách sạn

duka la dawa

hiệu thuốc

ofisi

văn phòng

duka la kitabu

hiệu sách

duka

cửa hiệu

duka la maua

cửa hiệu bán hoa

dukakuu

siêu thị

soko

chợ

idara ya kuhifadhi

cửa hàng bách hóa

mwuza samaki

người bán cá

kituo cha ununuzi

trung tâm mua bán

bandari

bến cảng

Hifadhi

công viên

benki

ghế băng

daraja

cầu

vidato

cầu thang

chini ya ardhi

tàu điện ngầm

handaki

đường hầm

kituo cha mabasi

trạm xe buýt

bar

quán bar

mgahawa

khách sạn

sanduku la posta

hòm thư công cộng

ishara ya barabara

bảng hiệu đường

mita ya maegesho

đồng hồ đậu xe

bustani ya wanyama

vườn bách thú

kidimbwi cha kuogelea

bể bơi

msikiti

nhà thờ Hồi giáo

shamba

nông trại

uchafuzi

ô nhiễm môi trường

makaburini

nghĩa trang

kanisa

nhà thờ

uwanja wa michezo

sân chơi

hekalu

ngôi đền

mazingira
phong cảnh

jani
lá cây

ishara ya mwelekeo
bảng chỉ đường

njia
lối đi

malisho
bãi cỏ

jiwe
hòn đá

mti
cây

mtembeaji wa masafa
người đi bộ đường dài

mto
sông

nyasi
cỏ

ua
bông hoa

bonde

thung lũng

kilima

đồi

ziwa

hồ nước

msitu

rừng

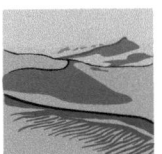

jangwa

sa mạc

volkano

núi lửa

ngome

lâu đài

upinde wa mvua

cầu vồng

uyoga

nấm

mtende

cây cọ

mbu

con muỗi

kuruka

con ruồi

chungu

con kiến

nyuki

con ong

buibui

con nhện

mende

bọ cánh cứng

chura

con ếch

kuchakuro

con sóc

nungunungu

con nhím

sungura

con thỏ

bundi

con cú

ndege

con chim

swan

thiên nga

nguruwe mwitu

heo rừng

kulungu

con hươu

aina ya kongoni

nai sừng tấm

bwawa

đê

tabo ya upepo

tuabin gió

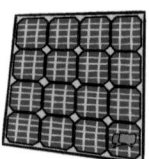

nishaji ya jua

tấm năng lượng mặt trời

hali ya hewa

khí hậu

mgahawa
khách sạn

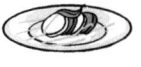

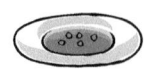

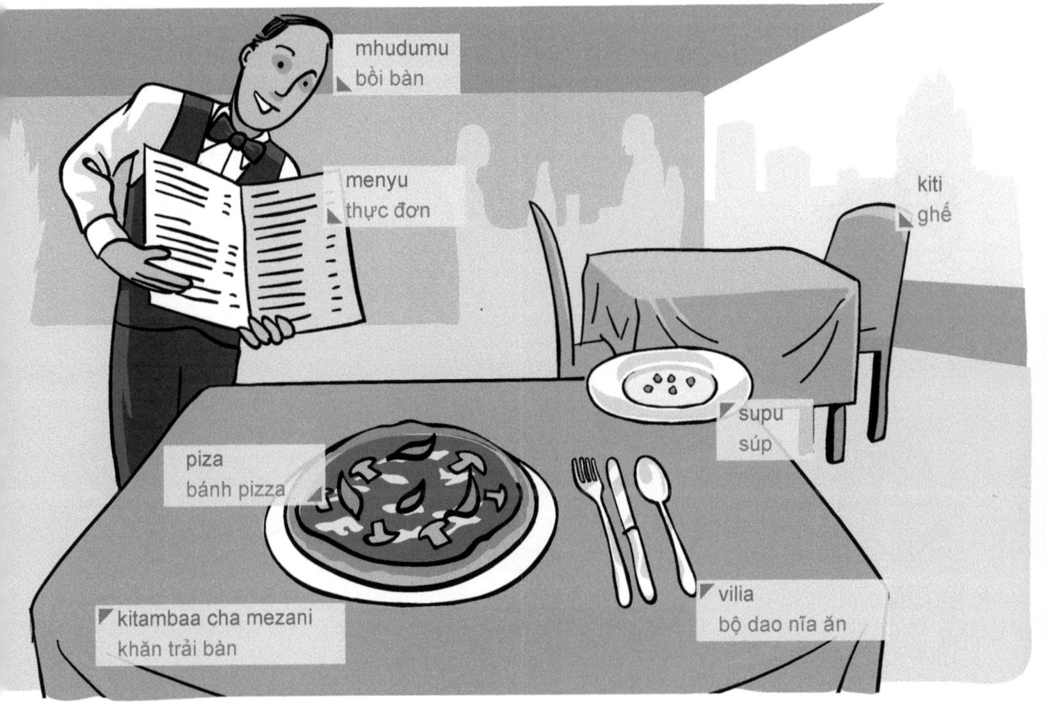

mhudumu
bồi bàn
menyu
thực đơn
kiti
ghế
supu
súp
piza
bánh pizza
vilia
bộ dao nĩa ăn
kitambaa cha mezani
khăn trải bàn

kiamsha hamu

món ăn khai vị

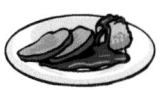

kozi kuu

món ăn chính

kitindamlo

món tráng miệng

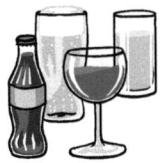

vinywaji

thức uống

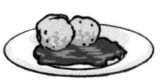

chakula

thức ăn

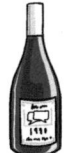

chupa

cái chai

chakula cha haraka

thức ăn nhanh

Streetfood

thức ăn đường phố

buli

ấm trà

kisanduku cha sukari

hộp đường

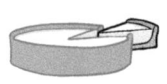

sehemu

khẩu phần

mashine ya espresso

máy pha espresso

kiti kirefu

ghế cao

muswada

hóa đơn

trei

khay

kisu

dao

uma

nĩa

kijiko

thìa

kijiko cha chai

thìa uống trà

nepi

khăn ăn

glasi

cốc thủy tinh

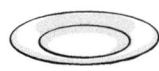

sahani

đĩa

sahani ya supu

đĩa súp

sufuria

đĩa lót cốc

mchuzi

nước sốt

kichanyaji chumvi

lọ muối

kinu cha pilipili

cái xay tiêu

siki

giấm

mafuta

dầu

viungo

gia vị

kechapu

nước xốt cà chua

haradali

tương hạt cải

kachumbari nzito

nước sốt mayonnaise

dukakuu
siêu thị

ofa maalum
chào giá đặc biệt
FOR
mteja
khách hàng
maziwa
sản phẩm từ sữa
matunda
trái cây
toroli
xe đẩy mua sắm

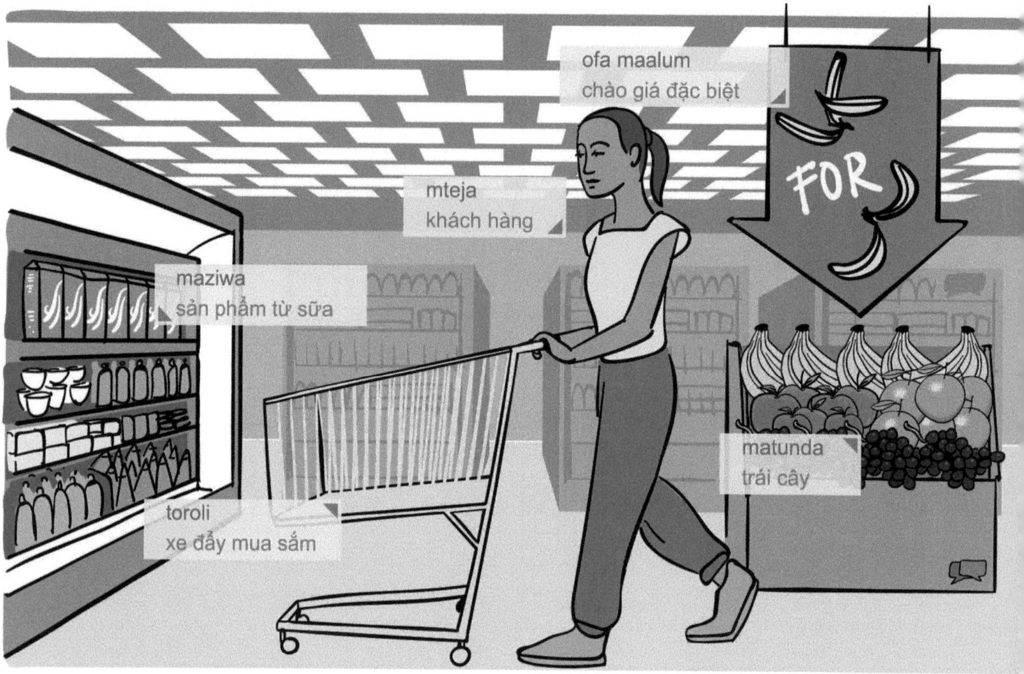

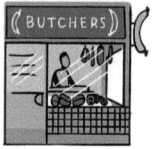

BUTCHERS

mchinjaji

lò mổ

BAKERY

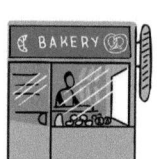

mwokaji

cửa hiệu bán bánh mì

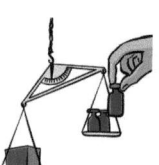

uzito

cân nặng

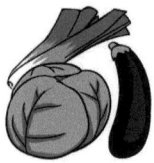

mboga

rau quả

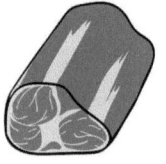

nyama

thịt

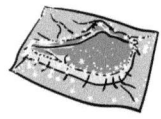

chakula waliohifadhiwa

thức ăn đông lạnh

vipande vya nyama baridi

lát thịt nguội

chakula cha kopo

đồ hộp

sabuni ya unga

bột giặt

pipi

đồ ngọt

bidhaa za kaya

sản phẩm dùng trong gia đình

bidhaa za kusafisha

chất tẩy rửa

mtu mauzo

người bán hàng

mpaka

quầy trả tiền

keshia

nhân viên thu ngân

orodha ya manunuzi

danh sách mua sắm

masaa ya ufunguzi

giờ mở cửa

mkoba

ví tiền

kadi

thẻ tín dụng

mfuko

túi đeo

mfuko wa plastiki

túi ny lông

maji

nước

sharubati

nước quả ép

maziwa

sữa

coke

coca-cola

mvinyo

rượu vang

bia

bia

pombe

cồn

kakao

cacao

chai

trà

kahawa

cà phê

spreso

espresso

kapuchino

cappuccino

ndizi

chuối

tufaha

quả táo

machungwa

quả cam

tikiti

dưa hấu

lemon

chanh

karoti

cà rốt

kitunguu saumu

tỏi

mianzi

tre

kitunguu

củ hành

uyoga

nấm

karanga

hạt dẻ

nudo

mì

spageti

mì spaghetti

mpunga

cơm

saladi

xà lách

vibanzi

khoai tây chiên

viazi vya kukaanga

khoai tây chiên

piza

bánh pizza

hambaga

bánh hamburger

sandwichi

bánh mì sandwich

kipande

thịt côtlet

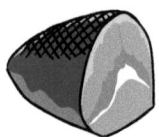

paja la mnyama

thịt giăm bông

salami

xúc xích

soseji

dồi

kuku

gà

choma

rán

samaki

cá

chakula - thức ăn

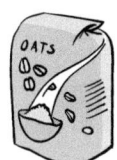

oats ya uji

cháo yến mạch

muesli

cháo muesli

cornflakes

bánh bột ngô nướng

unga

bột mì

kroisanti

bánh sừng bò

andazi

bánh mì

mkate

bánh mì

mkate wa kubanika

bánh mì nướng

biskuti

bánh bích quy

siagi

bơ

maziwa mgando

sữa đông

keki

bánh ngọt

yai

trứng

yai kukaanga

trứng rán

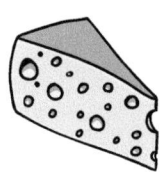

jibini

pho mát

aiskrimu

kem

sukari

đường

asali

mật ong

jemu

mứt

kuenea kwa chokoleti

kem nougat

mchuzi wa viungo

cà ri

shamba
nông trại

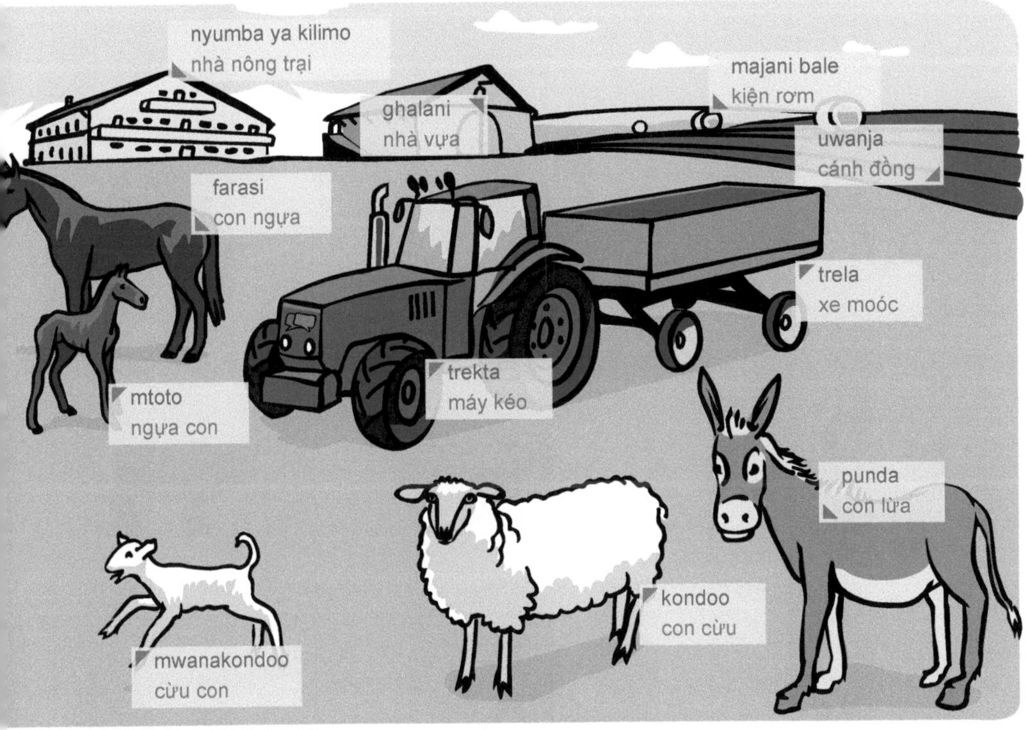
nyumba ya kilimo
nhà nông trại
majani bale
kiện rơm
ghalani
nhà vựa
uwanja
cánh đồng
farasi
con ngựa
trela
xe moóc
trekta
máy kéo
mtoto
ngựa con
punda
con lừa
kondoo
con cừu
mwanakondoo
cừu con

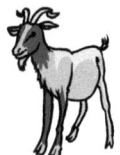

mbuzi
con dê

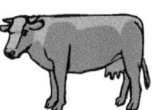

ng'ombe
con bò

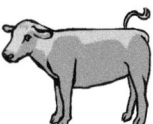

ndama
con bê

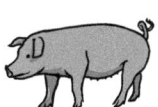

nguruwe
con lợn

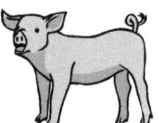

mwananguruwe
lợn con

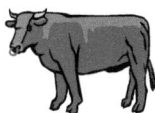

fahali
bò đực

batabukini

con ngỗng

bata

con vịt

kifaranga

gà con

kuku

gà mái

jogoo

gà trống

panya

con chuột

paka

mèo

panya

chuột nhắt

ng'ombe

bò đực

mbwa

con chó

nyumba ya mbwa

nhà chuồng chó

bomba la bustani

ống tưới vườn cây

debe la kumwagilia maji

thùng tưới cây

fyekeo

lưỡi hái

kulima

cái cày

mundu

cái liềm

jembe

cái cuốc

uma wa nyasi

cái chĩa

shoka

cái rìu

toroli

xe cút kít

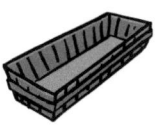

kupitia nyimbo

máng ăn

chombo cha maziwa

lọ sữa

gunia

bao tải

ua

hàng rào

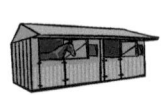

imara

chuồng

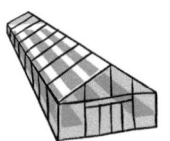

chafu

nhà kính trồng cây

udongo

đất trồng

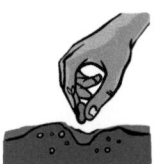

mbegu

hạt giống

mbolea

phân bón

kivunaji

máy gặt đập liên hợp

mavuno

thu hoạch

mavuno

mùa thu hoạch

viazi vikuu

khoai lang

ngano

lúa mì

soya

đậu nành

viazi

khoai tây

mahindi

ngô

rapa

hạt cải dầu

mti wa matunda

cây ăn trái

muhogo

sắn

nafaka

ngũ cốc

shamba - nông trại

nyumba
nhà

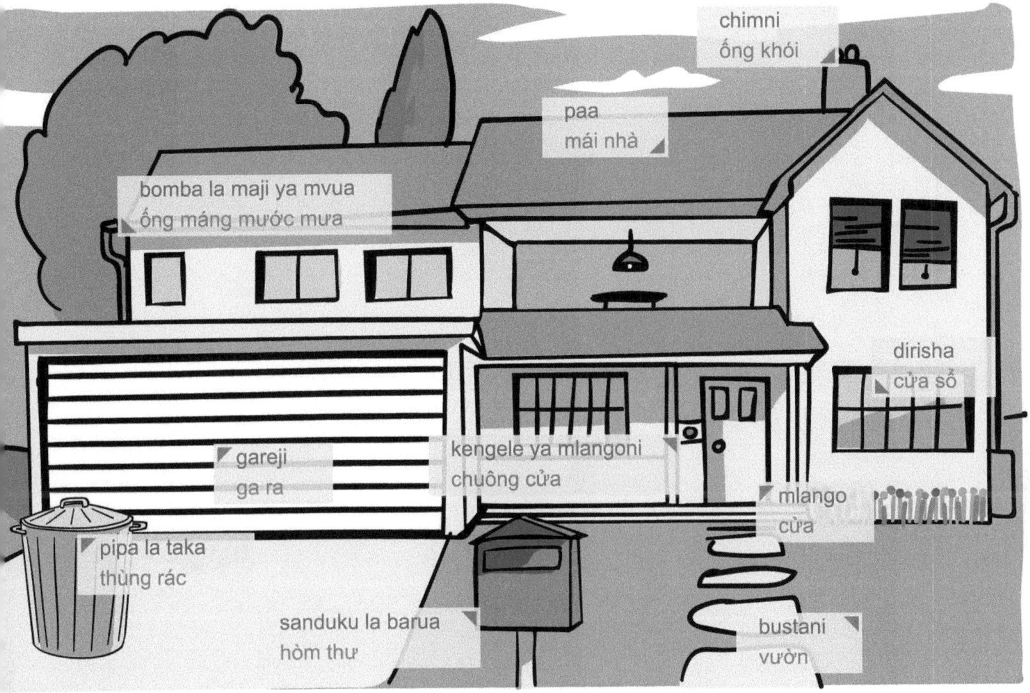

chimni
ống khói
paa
mái nhà
bomba la maji ya mvua
ống máng mước mưa
dirisha
cửa sổ
gareji
ga ra
kengele ya mlangoni
chuông cửa
mlango
cửa
pipa la taka
thùng rác
sanduku la barua
hòm thư
bustani
vườn

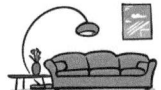

sebuleni

phòng khách

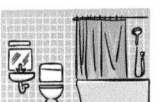

bafu

phòng tắm

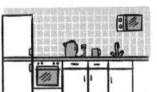

jikoni

bếp

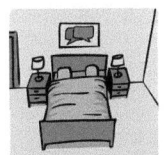

chumba cha kulala

phòng ngủ

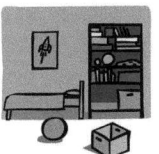

chumba ya mtoto

phòng trẻ em

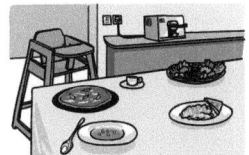

chumba cha kulia

phòng ăn

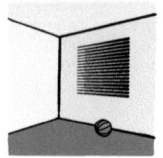

sakafu

nền nhà

ukuta

tường

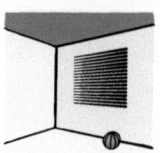

dari

trần nhà

pishi

tầng hầm

sauna

tắm hơi

roshani

ban công

mtaro

sân hiên

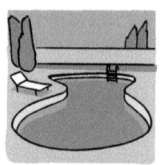

kidimbwi

bể bơi

mashine ya kukata nyasi

máy cắt cỏ

karatasi

khăn trải giường

kitambaa cha kupamba
kitanda

khăn trải giường

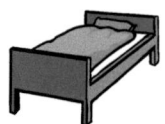

kitanda

giường

ufagio

chổi

ndoo

cái xô

kubadili

công tắc điện

sebuleni

phòng khách

mandhari
giấy dán tường
picha
hình ảnh
taa
đèn
rafu
cái kệ
kabati
tủ
televisheni/runinga
ti vi
mekoni
lò sưởi
ua
bông hoa
mto
gối
sofa
ghế sofa
chombo cha maua
bình hoa
kitenzambali
điều khiển từ xa

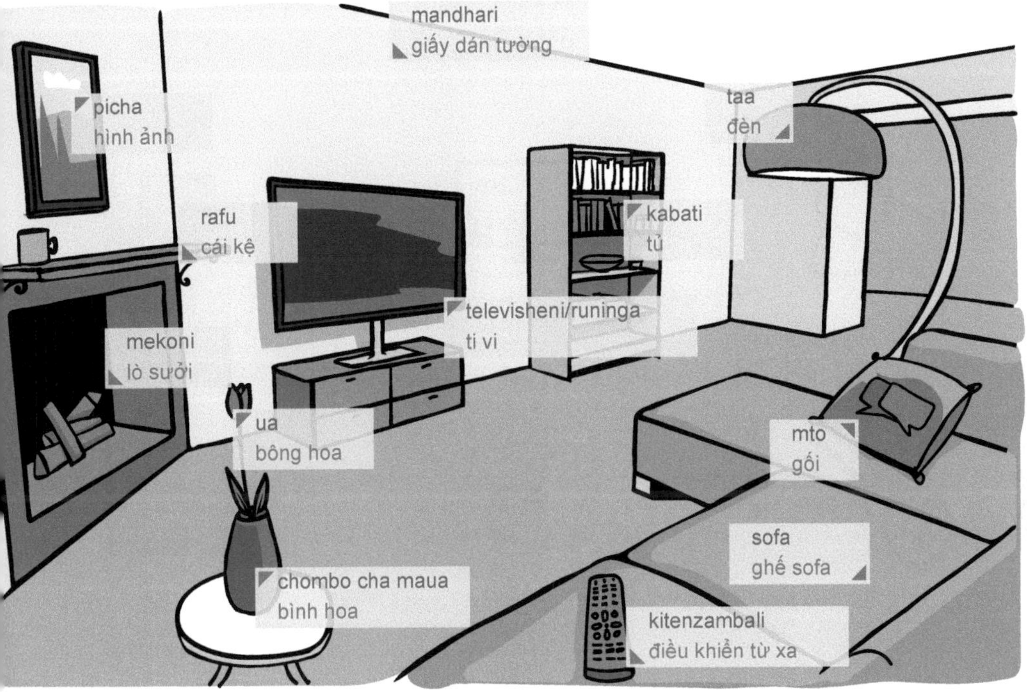

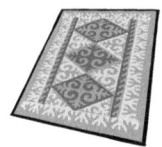

zulia

thảm

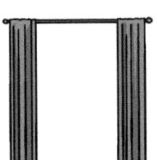

pazia

rèm

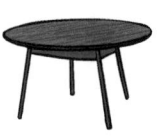

meza

cái bàn

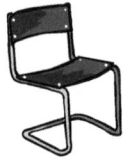

kiti

ghế

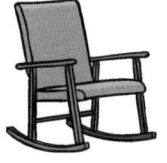

kiti cha bembea

ghế bập bênh

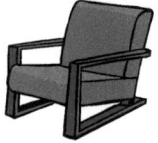

armchair

ghế bành

kitabu

sách

blanketi

cái chăn

mapambo

đồ trang trí

kuni

củi

filamu

phim

kifaa cha hi-fi

máy hi-fi

ufunguo

chìa khóa

gazeti

báo

uchoraji

bức tranh

bango

áp phích

redio

radio

daftari

sổ ghi chép

kifyonza

máy hút bụi

dungusi kakati

cây xương rồng

mshumaa

cây nến

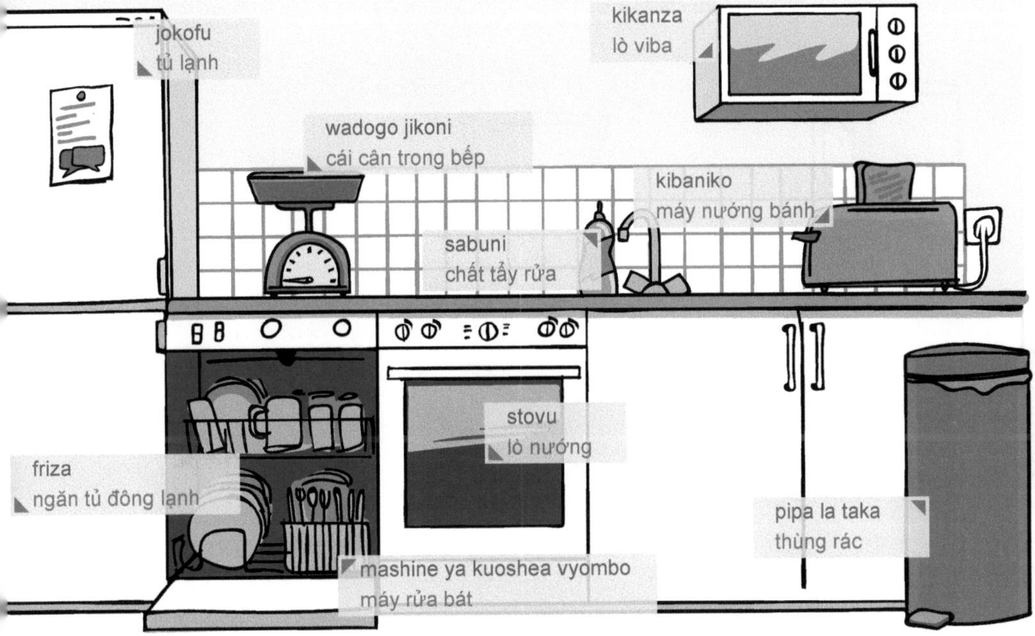

kikanza
lò viba

jokofu
tủ lạnh

wadogo jikoni
cái cân trong bếp

kibaniko
máy nướng bánh

sabuni
chất tẩy rửa

stovu
lò nướng

friza
ngăn tủ đông lạnh

pipa la taka
thùng rác

mashine ya kuoshea vyombo
máy rửa bát

jiko la kupika

lò nấu

chungu

nồi

sufuria ya chuma

nồi sắt

wok / kadai

chảo

kaango

chảo

birika

ấm đun nước

stima

nồi đun hơi

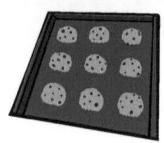

sinia ya kuoka

khay lò nướng

vyombo vya udongo

bát đĩa

kombe

cốc

bakuli

cái bát

vijiti vya kulia

đũa

ukawa

cái vá

mwiko mpana

bàn xẻng

burashi

que đánh kem

kichujio

rây dùng trong bếp

chujio

cái rây lọc

mbuzi

cái nạo

chokaa

vữa

barbeque

vỉ nướng

moto wazi

ngọn lửa trần

ubao wa majaribio

cái thớt

kijiti cha kusukuma unga

trục cán bột

kizibuo

cái mở nút chai

kopo

vỏ đồ hộp

inaweza kopo

cái mở vỏ đồ hộp

kishikio cha chungu

miếng nhắc nồi

karo

bồn rửa bát

brashi

bàn chải

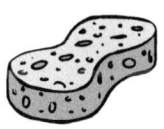

sifongo

miếng xốp

kisagaji matunda

máy xay

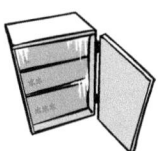

friji ya kina

tủ đông lạnh

chupa ya mtoto

bình sữa cho trẻ sơ sinh

bomba

vòi nước

bafu

phòng tắm

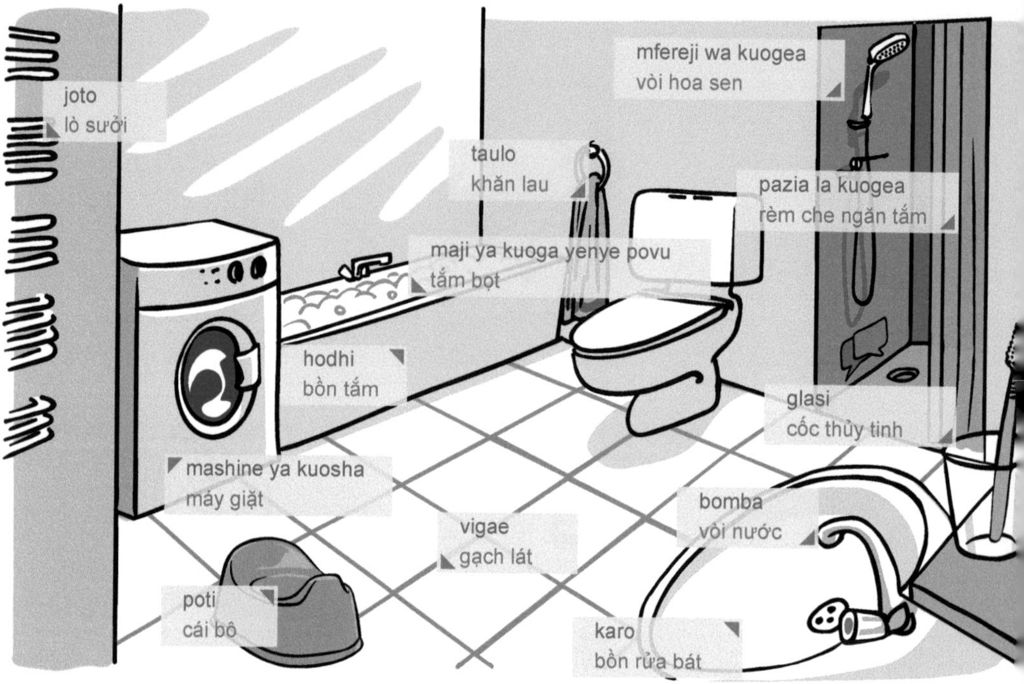
joto
lò sưởi
taulo
khăn lau
mfereji wa kuogea
vòi hoa sen
pazia la kuogea
rèm che ngăn tắm
maji ya kuoga yenye povu
tắm bọt
hodhi
bồn tắm
glasi
cốc thủy tinh
mashine ya kuosha
máy giặt
bomba
vòi nước
vigae
gạch lát
poti
cái bô
karo
bồn rửa bát

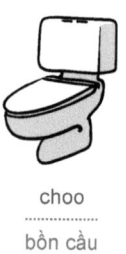

choo

bồn cầu

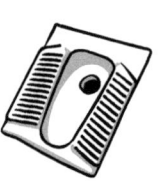

choo cha squat

bồn cầu ngồi xổm

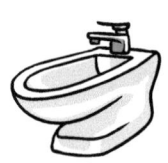

beseni la mviringo

bồn rửa hậu môn

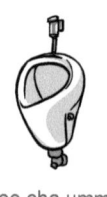

choo cha umma

bồn tiểu tiện

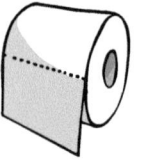

shashi

giấy vệ sinh

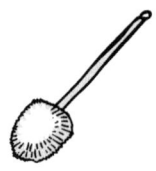

brashi ya choo

bàn chải cọ bồn cầu

mswaki

bàn chải đánh răng

dawa ya meno

kem đánh răng

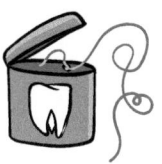

dawa ya meno

chỉ nha khoa

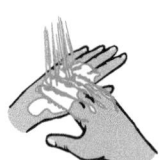

safisha

rửa

kuoga mkono

vòi sen cầm tay

msukumo wa maji

vòi rửa hậu môn

bonde

bồn rửa

mpako wa pili

bàn chải cọ lưng

sabuni

xà phòng

jeli ya kuogea

sữa tắm

shampuu

dầu gội

flana

khăn cọ để tắm

toa maji

lỗ thoát nước

krimu

kem

kiondoa harufu

chất khử mùi

kioo

gương

kioo mkono

gương tay

kinyozi

dao cạo râu

povu la kunyoa

kem cạo râu

baada ya kunyoa

nước thơm dùng sau khi cạo râu

kichana

cái lược

brashi

bàn chải

kikausha nywele

máy xấy tóc

marashi ya nyewele

keo xịt tóc

vipodozi

đồ trang điểm

kidomwa

thỏi son môi

varnish ya msumari

sơn bôi móng

pamba

bông

mkasi wa kucha

kéo cắt móng

manukato

nước hoa

mkoba wa kuosha

túi đựng đồ tắm

kinyesi

ghế đẩu

mizani

cái cân

nguo ya kuoga

áo choàng tắm

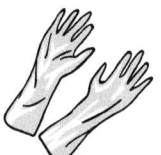

glavu za mpira

găng tay làm vệ sinh

kisodo

nút gạc

sodo

băng vệ sinh

kemikali choo

nhà vệ sinh hóa chất

chumba ya mtoto
phòng trẻ em

saa ya kengele
đồng hồ báo thức
kidoli cha kupakata
thú bông
gari bandia
xe đồ chơi
kelele
cái lúc lắc
chumba cha midoli
nhà búp bê
sasa
món quà

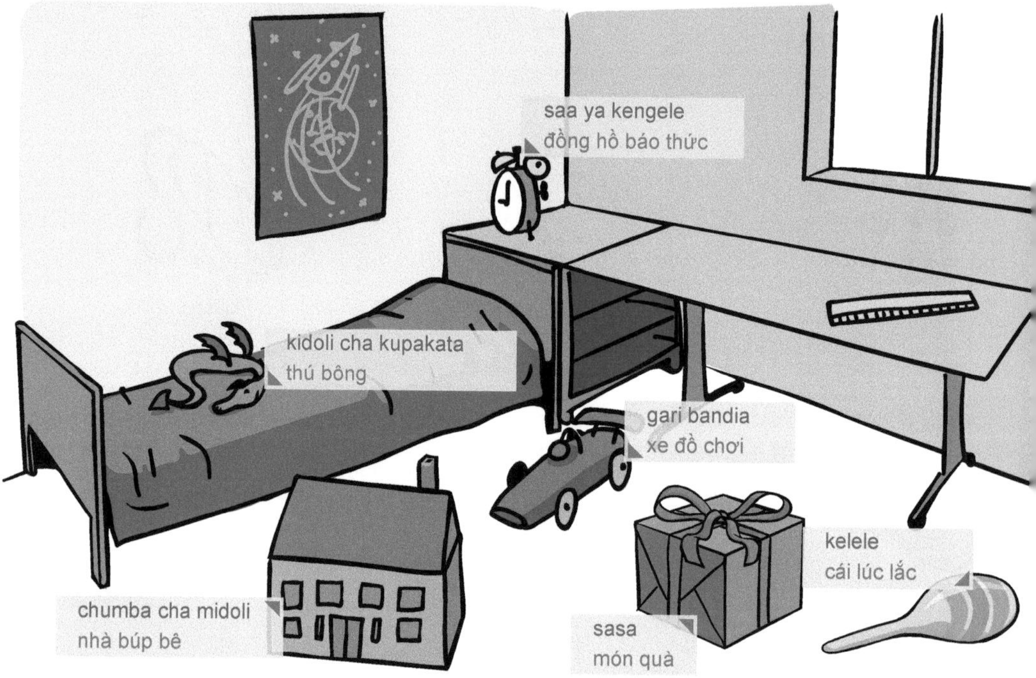

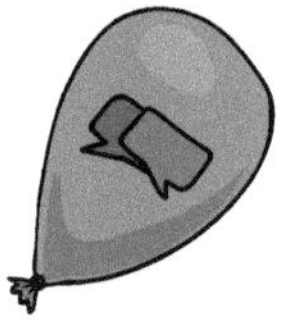

baluni
bong bóng

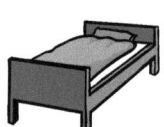

kitanda
giường

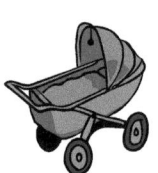

mashua
xe nôi

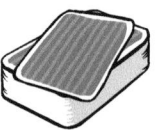

staha ya kadi
trò chơi bài

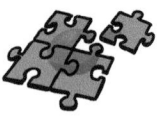

mchezo-fumb
trò chơi ghép hình

SUPER
MEGA

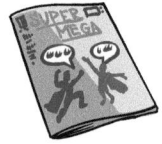

vichekesho
truyện tranh

matofali lego

gạch Lego

vitalu mwigo

khối xếp hình

hatua takwimu

nhân vật hành động

suti ya kulalia

o liền quần cho trẻ sơ sinh

kisahani

đĩa nhựa để ném

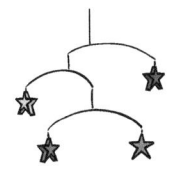

simu

đồ chơi treo trên giường

ubao wa michezo

trò chơi cờ bàn

kete

xúc xắc

garimoshi mwigo

đồ chơi xe lửa mô hình

dummy

ti giả

chama

buổi tiệc

picha kitabu

sách tranh

mpira

quả bóng

kikaragosi

búp bê

kucheza

chơi

shimo la mchanga

hố cát

bembea

cái đu

vitu bandia

đồ chơi

kiweko cha video ya mchezo

máy chơi game cầm tay

baiskeli ya magurudumu

xe ba bánh

matatu

mwanasesere

gấu bông

kabati

tủ quần áo

nguo
y phục

soksi

bít tất

stokingi

bít tất dài

kibano

quần tất

skafu
khăn choàng cổ

mwavuli
ô che mưa

fulana
áp phông

kanda
ây thắt lưng

viatu
ủng

ndara
dép đi trong nhà

wakufunzi
giày sneaker

malapa

dép xăng đan

viatu

giày

mabuti ya mpira

ủng cao su

suruali ya ndani

quần lót

sidiria

áo ngực

fulana

áo vest

mwili

áo ôm sát cơ thể

suruali

quần dài

dangirizi

quần bò

sketi

váy

blauzi

áo cánh

shati

áo sơ mi

vuta

áo len chui đầu

sweta

áo len

bleza

áo blazer

jaketi

áo jacket

koti

áo khoác

koti la mvua

áo mưa

maleba

trang phục

gauni

áo váy

mavazi ya harusi

áo cưới

suti

bộ com lê

vazi la usiku

áo ngủ

pajama

pijama

sari

trang phục sari

skafu

khăn trùm đầu

kilemba

khăn đội đầu

burka

áo burka

kaftan

áo captan

abaya

áo aba

vazi la kuogelea

quần áo bơi

vazi la kiume la kuogelea

quần bơi

kaptura

quần đùi

teitei

quần áo tracksuit

aproni

tạp dề

glavu

găng tay

kifungo

cái cúc

glasi

kính mắt

bangili

vòng đeo tay

mkufu

vòng cổ

pete

nhẫn

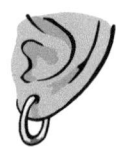

herini

hoa tai

kofia

mũ lưỡi trai

kiango cha koti

cái mắc treo áo quần

kofia

mũ

tai

cà vạt

zipu

dây kéo phéc mơ tuya

kofia

mũ bảo hiểm

kanda za suruali

dây đeo quần

sare za shule

đồng phục học sinh

sare

đồng phục

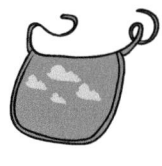

bibu

yếm trẻ em

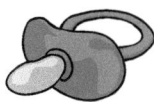

dummy

ti giả

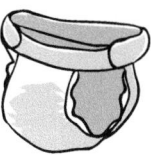

nepi

tã lót

ofisi

văn phòng

seva
máy chủ
kabati la kuweka faili
tủ hồ sơ
kichapishaji
máy in
karatasi
giấy
kiwambo
màn hình
kipanya
chuột máy tính
dawati
bàn làm việc
folda
thư mục
kibodi
bàn phím
cha kuweka karatasi chafu
rác giấy
kompyuta
máy tính
kiti
ghế

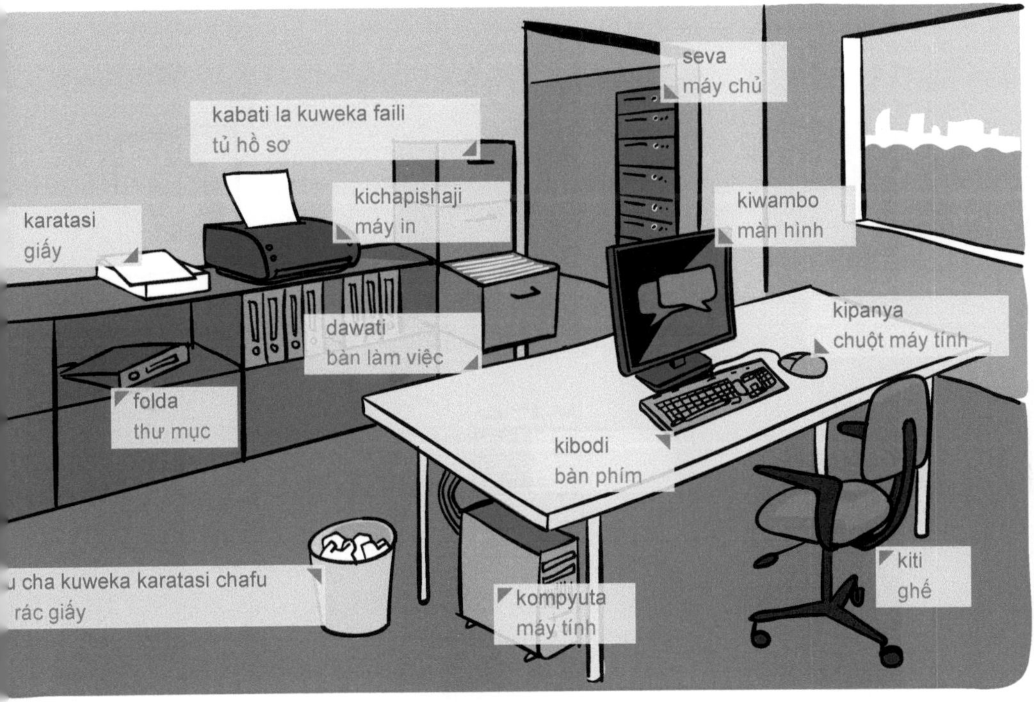

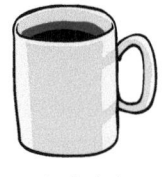

kmobe la kahawa

cốc cà phê

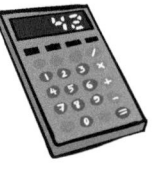

kikokotoo

máy tính bỏ túi

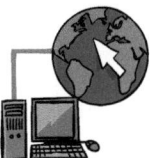

biashara

internet

mbali

laptop

barua

thư

ujumbe

tin nhắn

rununu

điện thoại di động

intaneti

mạng

fotokopia

máy photocopy

programu

phần mềm

simu

điện thoại

soketi

ổ cắm điện

kipepesi

máy fax

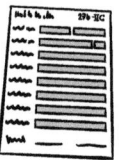

fomu

mẫu đơn

hati

chứng từ

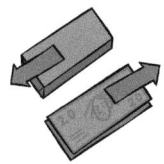

kununua

mua

kulipa

trả tiền

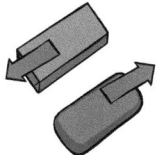

biashara

buôn bán

fedha

tiền

dola

đô la

yuro

Euro

yeni

yên

rouble

rúp

faranga ya Uswisi

franc Thụy Sĩ

renminbi yuan

nhân dân tệ

rupia

rupi

eneo la kulipia

máy rút tiền tự động

ofisi ya ubadilishanaji

quầy đổi tiền

dhahabu

vàng

fedha

bạc

mafuta

dầu

nishati

năng lượng

bei

giá tiền

mkataba

hợp đồng

kodi

thuế

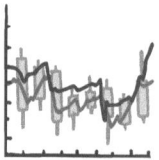

bidhaa

cổ phiếu

kazi

làm việc

mfanyakazi

nhân viên

mwajiri

chủ lao động

kiwanda

nhà máy

duka

cửa hiệu

kazi
nghề nghiệp

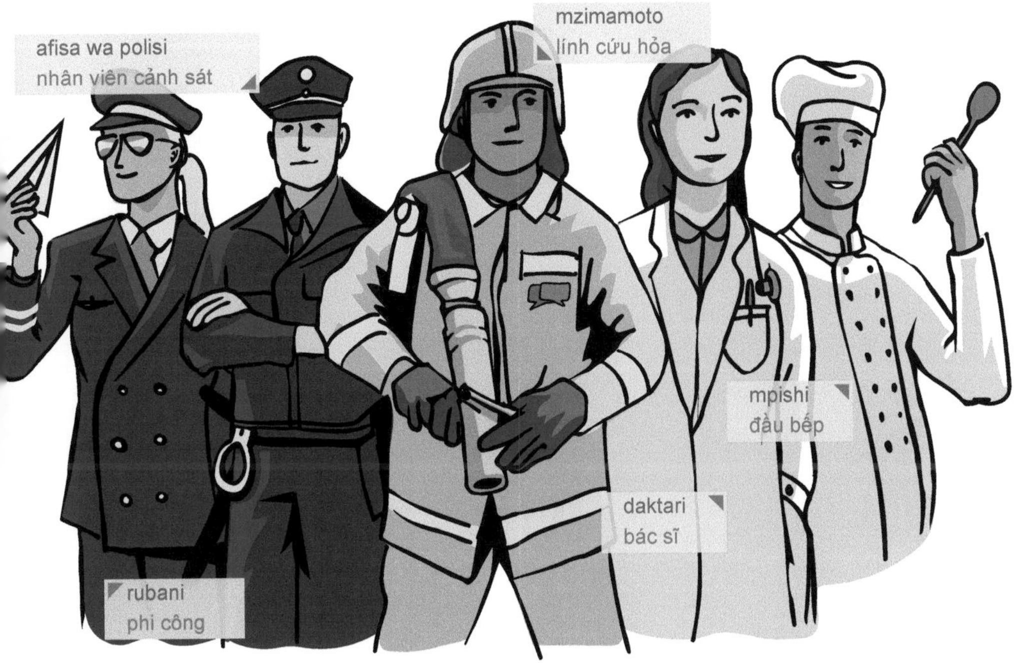

afisa wa polisi
nhân viên cảnh sát
mzimamoto
lính cứu hỏa
mpishi
đầu bếp
daktari
bác sĩ
rubani
phi công

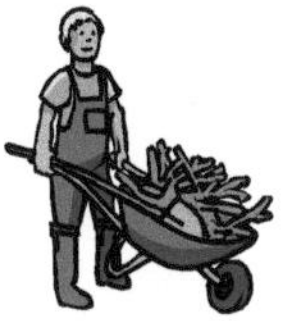

mtunza bustani

người làm vườn

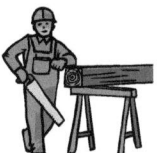

seremala

thợ mộc

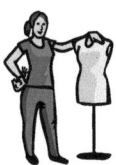

mshonaji

thợ may

hakimu

chánh án

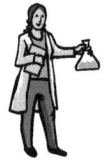

mwanakemia

nhà hóa học

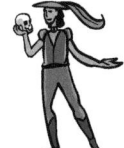

muigizaji

diễn viên

dereva wa basi

tài xế xe buýt

dereva wa teksi

người lái taxi

mwanamke wa kusafisha

người lau dọn vệ sinh

mvuvi

ngư dân

mwezekaji

thợ lợp mái nhà

mwindaji

thợ săn

mhudumu

bồi bàn

mchoraji

họa sĩ

umeme

thợ điện

mwokaji

thợ làm bánh

mjenzi

thợ xây dựng

mchinjaji

người hàng thịt

mhandisi

kỹ sư

fundi bomba

thợ sửa ống nước

mwanaposta

người đưa thư

mwanajeshi

người lính

msanifu majengo

kiến trúc sư

keshia

nhân viên thu ngân

muuza maua

người bán hoa

msusi

thợ cắt tóc

kondakta

nhân viên soát vé

mekanika

thợ cơ khí

nahodha

thuyền trưởng

daktari wa meno

nha sĩ

mwanasayansi

nhà khoa học

rabbi

giáo sĩ Do thái

imamu

lãnh tụ Hồi giáo

mtawa

nhà sư

kasisi

mục sư

zana
dụng cụ

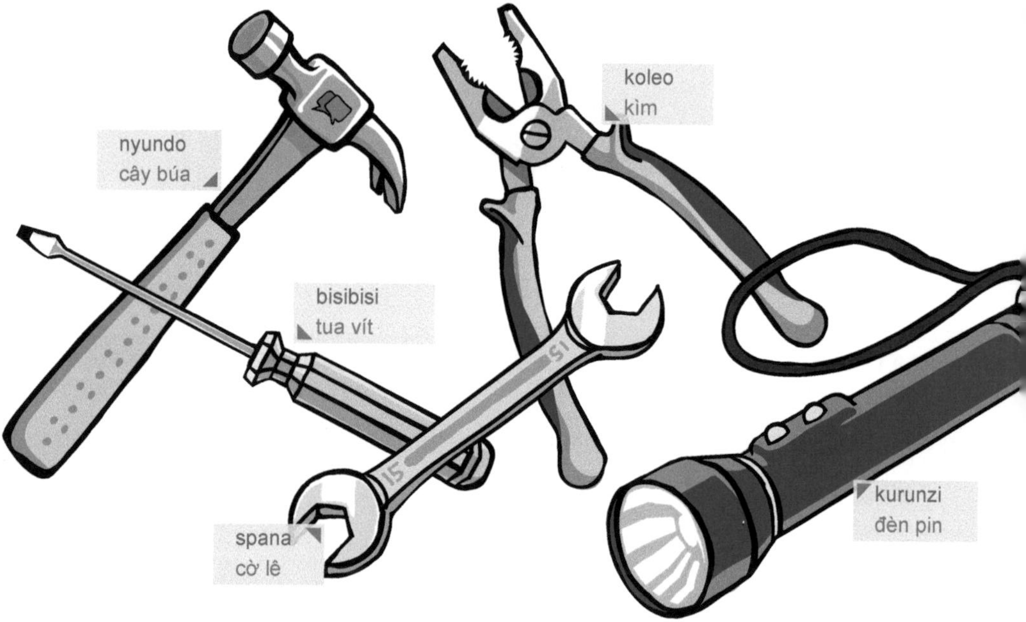

nyundo
cây búa
koleo
kìm
bisibisi
tua vít
spana
cờ lê
kurunzi
đèn pin

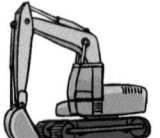

mchimbaji
máy xúc đất

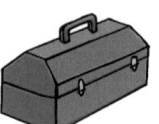

sanduku la vifaa
hộp dụng cụ

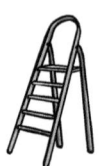

ngazi
cái thang

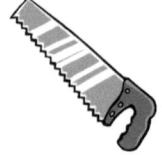

msumeno
cưa

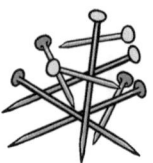

misumari
đinh

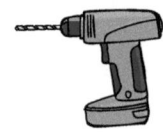

kuchimba visima
máy khoan

kukarabati

sửa chữa

sepetu

cái xẻng

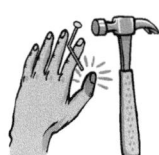

Lo!

khốn nạn!

kishikio cha uchafu

cái hót rác

chungu cha rangi

thùng sơn

skurubu

vít

ala za muziki

nhạc cụ

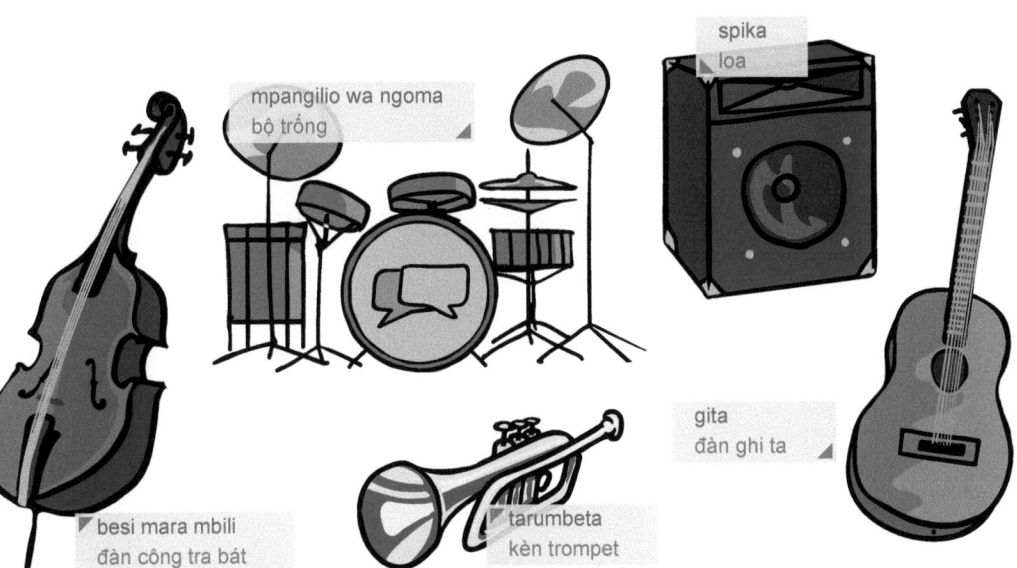

spika
loa

mpangilio wa ngoma
bộ trống

gita
đàn ghi ta

besi mara mbili
đàn công tra bát

tarumbeta
kèn trompet

piano

đàn piano

fidla

đàn vĩ cầm

ubeji

ghi ta bass

timpani

trống định âm

ngoma

trống

kibodi

đàn organ

saksafoni

kèn Saxophone

filimbi

sáo

maikrofoni

micro

bustani ya wanyama
vườn bách thú

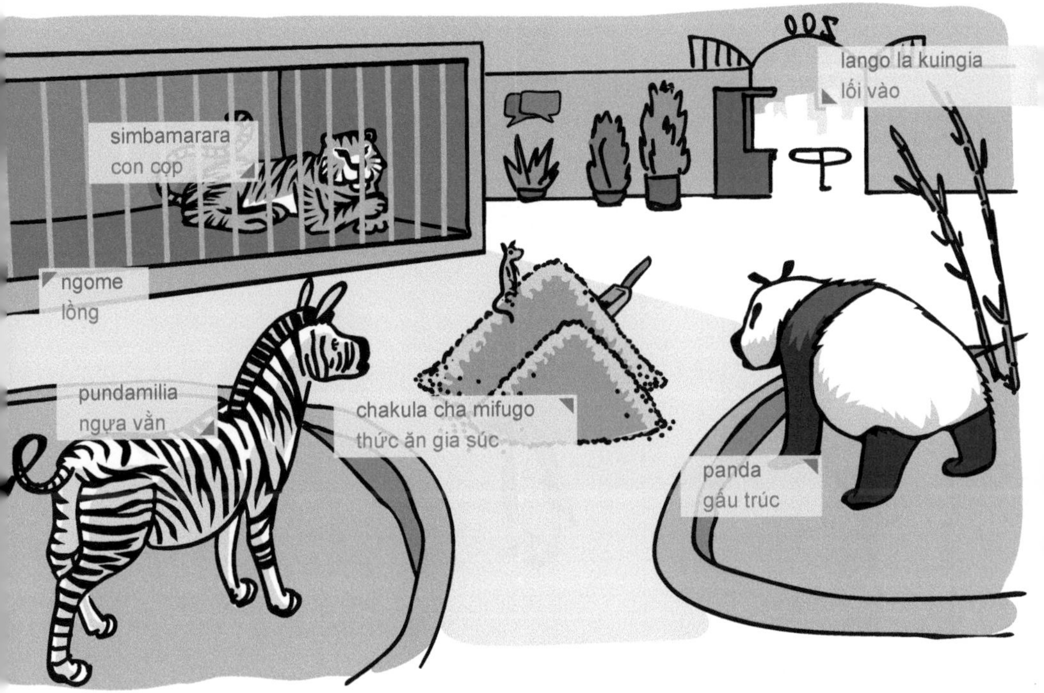

lango la kuingia
lối vào
simbamarara
con cọp
ngome
lồng
pundamilia
ngựa vằn
chakula cha mifugo
thức ăn gia súc
panda
gấu trúc

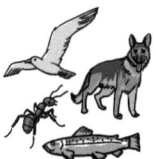

wanyama
động vật

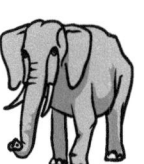

tembo
con voi

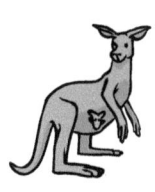

kangaruu
chuột túi

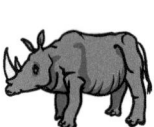

kifaru
tê giác

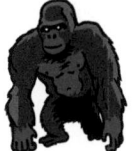

sokwe
khỉ đột

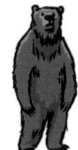

dubu
con gấu

ngamia

lạc đà

mbuni

đà điểu

simba

sư tử

tumbili

con khỉ

heroe

hồng hạc

kasuku

con vẹt

dubu

gấu bắc cực

penguini

chim cánh cụt

papa

cá mập

tausi

con công

nyoka

con rắn

mamba

cá sấu

mtunza wanyama

người trông giữ vườn bách thú

muhuri

hải cẩu

jaguar

báo đốm

mwanafarasi

ngựa lùn

chui

con báo

kiboko

hà mã

twiga

hươu cao cổ

tai

đại bàng

nguruwe mwitu

heo rừng

samaki

cá

kobe

con rùa

sili

hải mã

mbweha

con cáo

paa

linh dương

soka ya marekani
bóng bầu dục Mỹ

uendeshaji baiskeli
đua xe đạp

tenisi
quần vợt

mpira wa kikapu
bóng rổ

kuogelea
bơi

magongo ya barafuni
khúc côn cầu trên băng

ndondi
đấm bốc

soka

bóng đá

vinyoya

cầu lông

riadha

điền kinh

mpira wa mikono

bóng ném

skii

trượt tuyết

polo

polo

shughuli
các hoạt động

cheka
cười
kuruka
nhảy
kumbatia
ôm
kutembea
đi bộ
kuimba
ca hát
ota ndoto
mơ
kuomba
cầu nguyện
busu
hôn

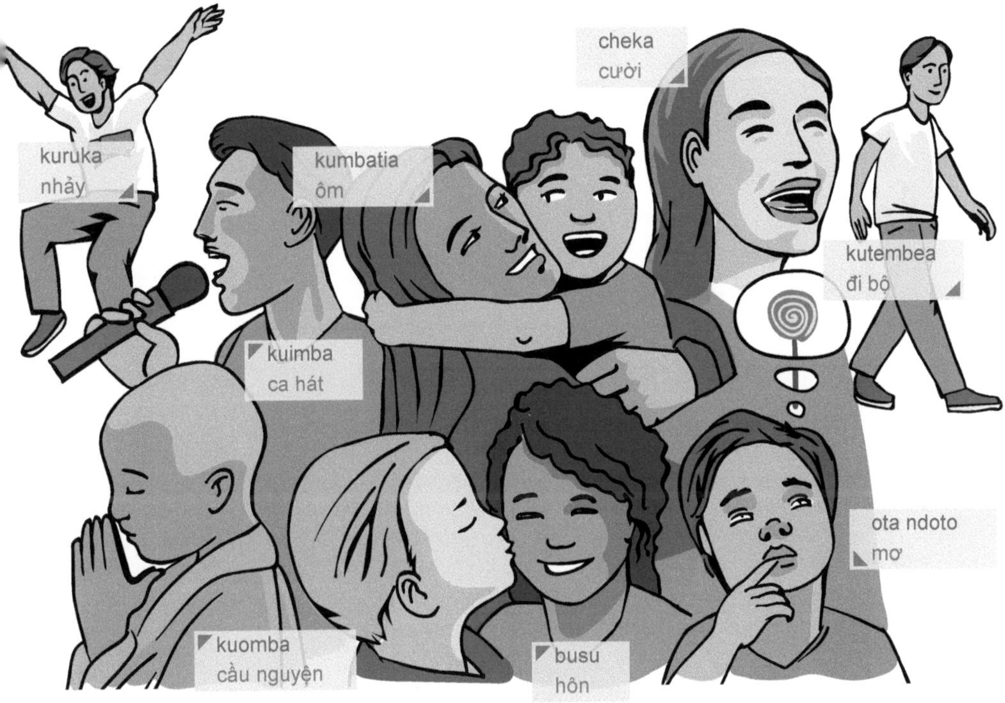

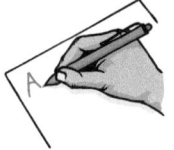

kuandika
viết

kuteka
vẽ

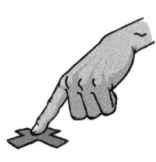

angalia
chỉ trỏ

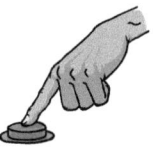

sukuma
đẩy

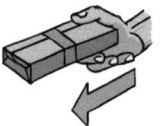

kutoa
cho

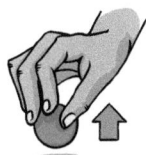

kuchukua
lấy đi

kuwa

có

fanya

làm

kuwa

thì / là

kusimama

đứng

kukimbia

chạy

vuta

kéo

kutupa

ném

kuanguka

rơi

hadaa

nằm

kusubiri

chờ đợi

kubeba

mang vác

kukaa

ngồi

vaa nguo

mặc quần áo

usingizi

ngủ

kuamka

thức dậy

kuangalia

xem

lia

khóc

kiharusi

vuốt ve

chana nywele

chải

ongea

nói chuyện

kuelewa

hiểu

kuuliza

câu hỏi

kusikiliza

nghe

kunywa

uống

kula

ăn

nadhifisha

dọn dẹp

upendo

yêu

mpishi

nấu nướng

gari

lái xe

kuruka

bay

meli

đi thuyền buồm

kokotoa

tính toán

kusoma

đọc

kujifunza

học

kazi

làm việc

kuoa

cưới

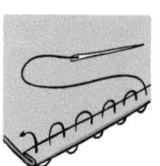

kushona

khâu vá

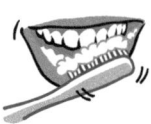

piga mswaki

đánh răng

kuua

giết

moshi

hút thuốc

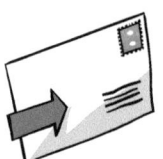

kutuma

gửi đi

shughuli - các hoạt động

familia
gia đình

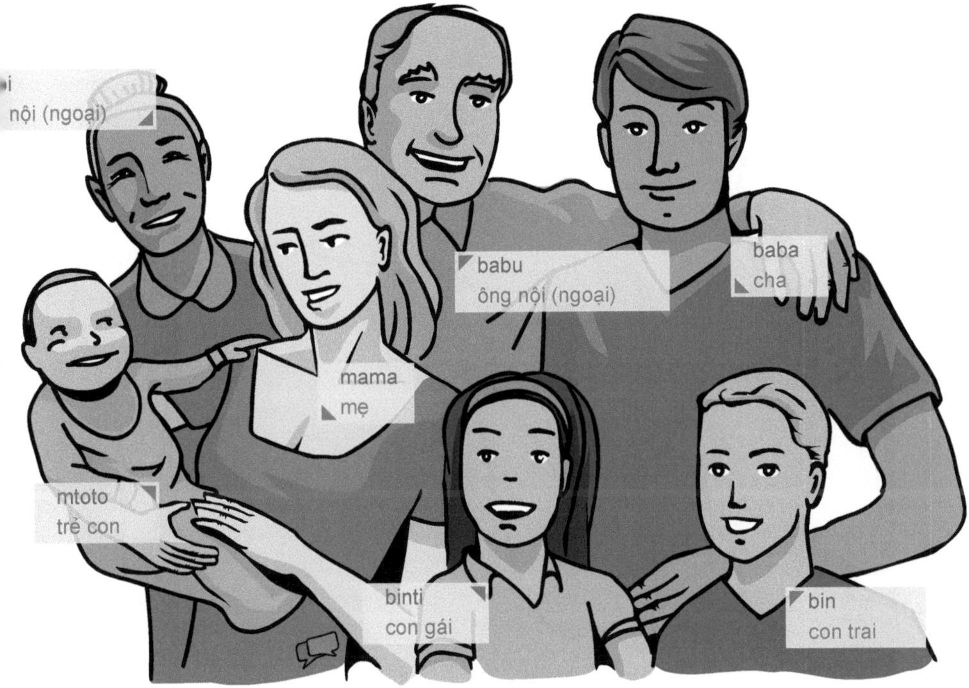

nội (ngoại)
babu
ông nội (ngoại)
baba
cha
mama
mẹ
mtoto
trẻ con
binti
con gái
bin
con trai

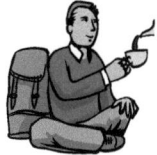

mgeni

khách

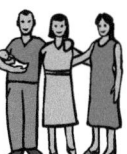

shangazi

cô (dì)

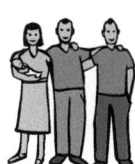

mjomba

chú, bác (cậu)

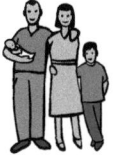

kaka

anh (em) trai

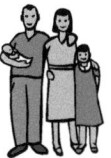

dada

chị (em) gái

mwili

cơ thể

paji la uso
trán
jicho
mắt
bega
vai
kidole
ngón tay
uso
mặt
kidevu
cằm
mkono
bàn tay
mguu
chân
matiti
ngực
mkono
cánh tay

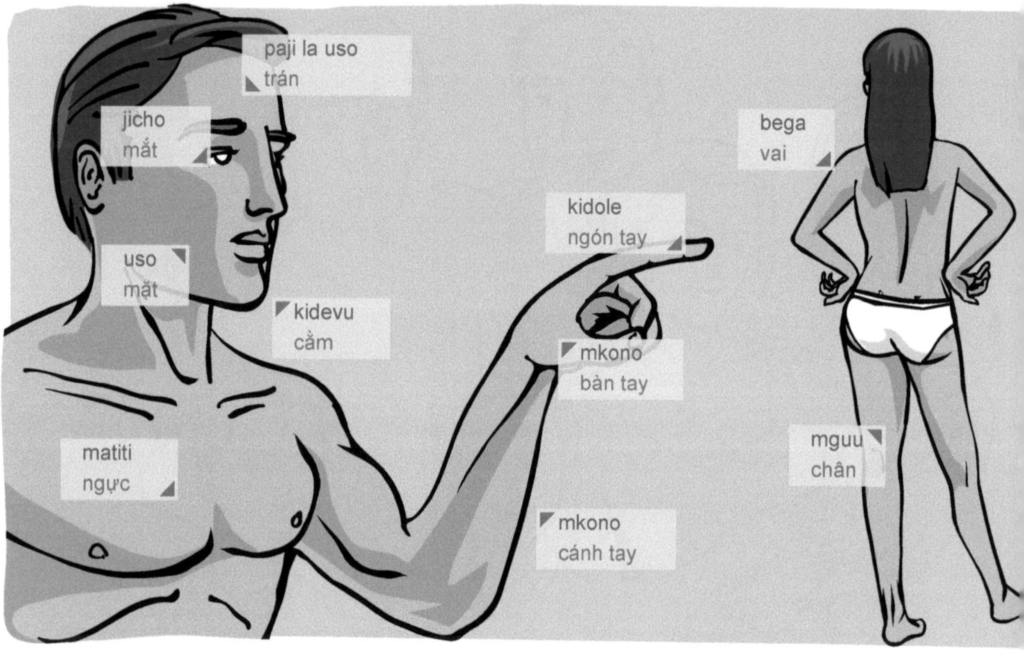

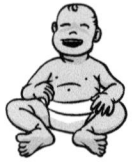

mtoto

trẻ con

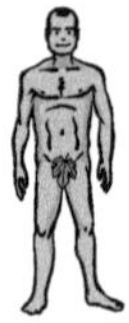

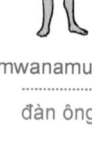

mwanamume

đàn ông

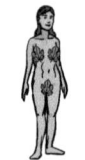

mwanamke

phụ nữ

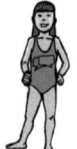

msichana

bé gái

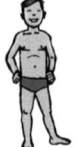

mvulana

bé trai

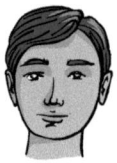

kichwa

đầu

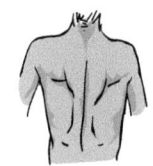

nyuma

lưng

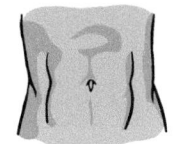

tumbo

bụng

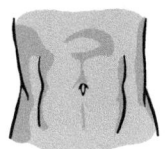

kitovu

rốn

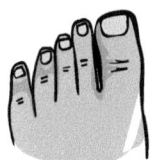

chano

ngón chân

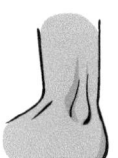

kisigino

gót chân

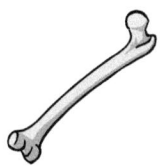

mfupa

xương

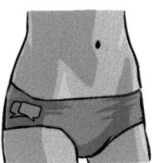

nyonga

hông

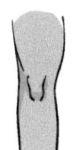

goti

đầu gối

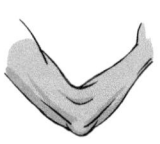

kiwiko

khuỷu tay

pua

mũi

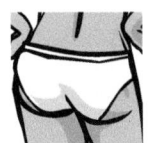

chini

mông

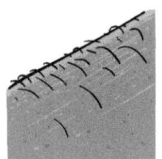

ngozi

da

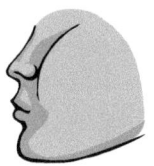

shavu

má

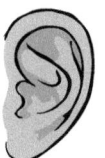

sikio

tai

mdomo

môi

kinywa
....
miệng

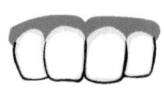

jino
....
răng

ulimi
....
lưỡi

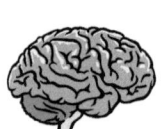

ubongo
....
não

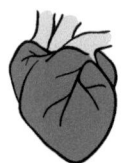

moyo
....
tim

misuli
....
cơ bắp

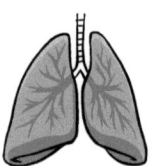

pafu
....
phổi

ini
....
gan

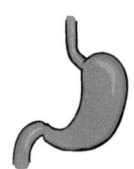

tumbo
....
dạ dày

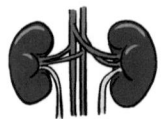

figo
....
thận

jinsia
....
giao hợp

kondomu
....
bao cao su

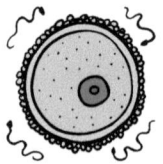

ovari
....
noãn

shahawa
....
tinh dịch

mimba
....
mang thai

mwili - cơ thể

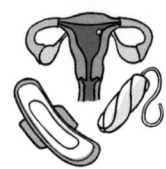

hedhi
kinh nguyệt

uke
âm vật

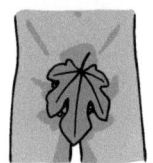

uume
dương vật

unyusi
lông mày

nywele
tóc

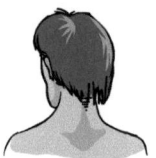

shingo
cổ

hospitali
bệnh viện

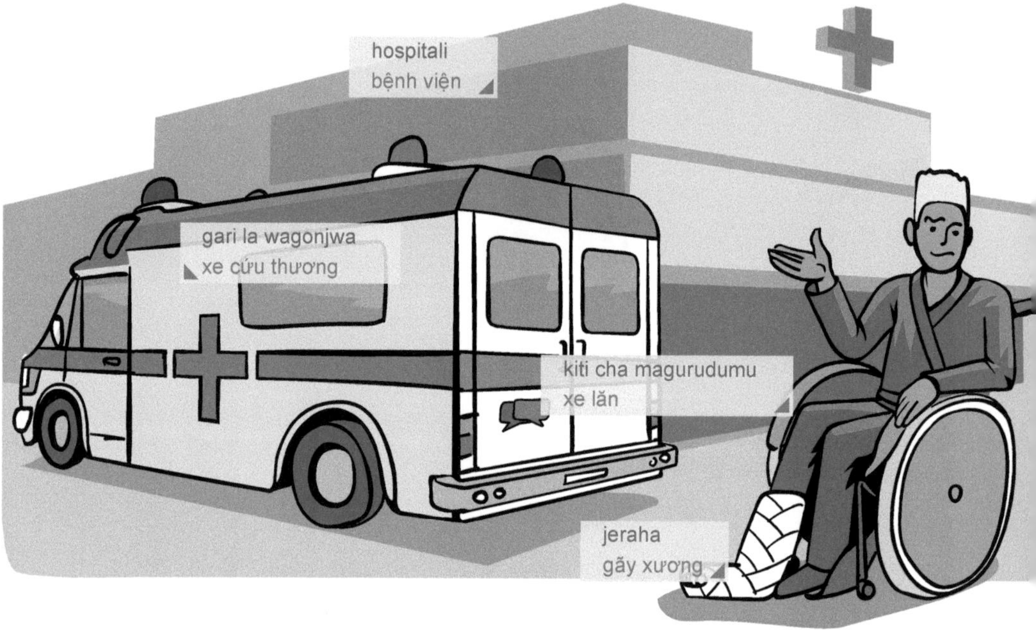

hospitali
bệnh viện
gari la wagonjwa
xe cứu thương
kiti cha magurudumu
xe lăn
jeraha
gãy xương

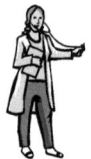

daktari

bác sĩ

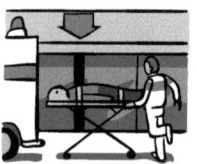

chumba cha dharura

phòng cấp cứu

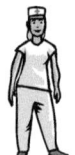

muuguzi

y tá

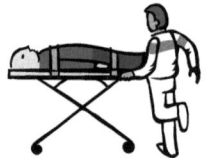

dharura

cấp cứu

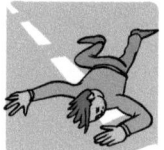

kupoteza fahamu

bất tỉnh

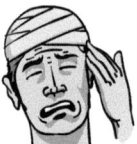

maumivu

cơn đau

kuumia

bị thương

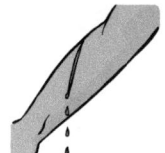

kutokwa na damu

chảy máu

mshtuko wa moyo

nhồi máu cơ tim

kiharusi

đột quỵ

mzio

dị ứng

kikohozi

ho

homa

sốt

mafua

cúm

kuharisha

tiêu chảy

maumivu ya kichwa

đau đầu

kansa

ung thư

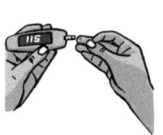

ugonjwa wa kisukari

bệnh tiểu đường

daktari mpasuaji

bác sĩ phẫu thuật

kisu kidogo cha kupasulia

dao mổ

operesheni

giải phẫu

picha changanufu ya mwili

chụp cắt lớp

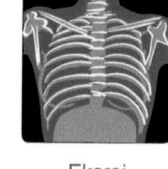

Eksrei

chụp x-quang

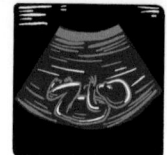

mawimbi sauti

siêu âm

barakoa ya uso

mặt nạ

ugonjwa

bệnh

chumba cha kusubiri

phòng đợi

mkongojo

cái nạng

plasta

băng dán vết thương

bendeji

băng bó

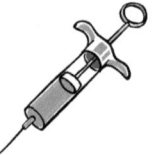

sindano

tiêm thuốc

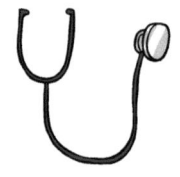

stetoskopu

ống nghe khám bệnh

machela

băng ca

kipimajoto cha kliniki

nhiệt kế

kuzaliwa

sinh đẻ

unene kupita kiasi

thừa cân

kusikia misaada

máy trợ thính

kipukusi

chất khử trùng

maambukizi

nhiễm trùng

virusi

vi rút

VVU / UKIMWI

HIV / AIDS

dawa

thuốc

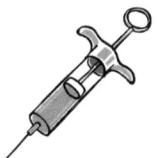

chanjo

tiêm chủng

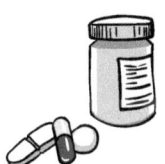

vidonge

thuốc viên

kidonge

viên thuốc

simu ya dharura

gọi cấp cứu

haemodainamometa

máy đo huyết áp

mgonjwa / mwenye afya

bệnh / khỏe mạnh

Msaada!

cứu!

kengele

báo động

pigo

cuộc đột kích

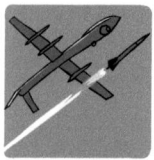

shambulizi

sự tấn công

hatari

mối nguy hiểm

lango la dharura

lối thoát hiểm

Moto!

cháy!

kizima moto

bình chữa cháy

ajali

tai nạn

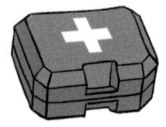

vifaa vya huduma ya
kwanza

bộ dụng cụ sơ cứu

wito wa msaada

SOS

polisi

cảnh sát

Ulaya

châu Âu

Amerika ya Kaskazini

Bắc Mỹ

Amerika ya Kusini

Nam Mỹ

Afrika

châu Phi

Asia

châu Á

Australia

châu Úc

Atlantiki

Đại Tây Dương

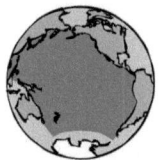

Pasifiki

Thái Bình Dương

Bahari ya Hindi

Ấn Độ Dương

Bahari ya Antaktiki

Nam Cực Dương

Bahari ya Aktiki

Bắc Băng Dương

Ncha ya Kaskazini

bắc cực

Ncha ya Kusini
nam cực

Antaktika
nam cực

dunia
trái đất

nchi
đất liền

bahari
biển

kisiwa
đảo

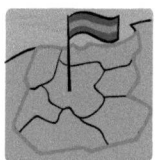

taifa
quốc gia

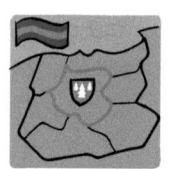

jimbo
nhà nước

uso wa saa

mặt đồng hồ

akrabu ya saa

kim chỉ giờ

akrabu ya dakika

kim chỉ phút

akrabu ya sekunde

kim chỉ giây

Ni saa ngapi?

Bây giờ là mấy giờ?

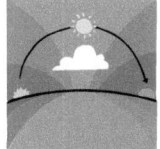

siku

ngày

wakati

thời gian

sasa

bây giờ

saa ya dijitali

đồng hồ điện tử

dakika

phút

saa

giờ

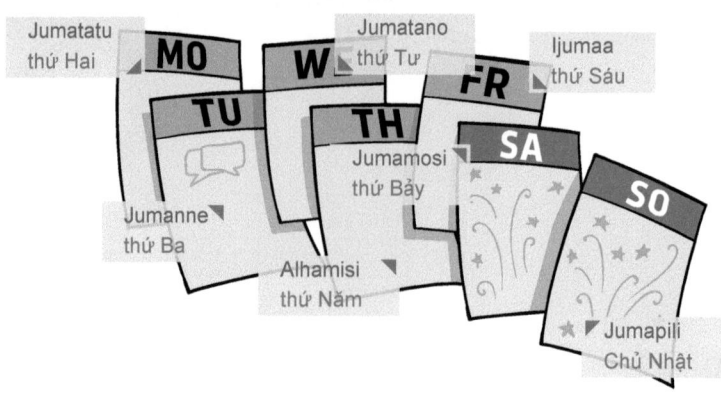

Jumatatu — thứ Hai
Jumatano — thứ Tư
Ijumaa — thứ Sáu
Jumanne — thứ Ba
Jumamosi — thứ Bảy
Alhamisi — thứ Năm
Jumapili — Chủ Nhật

jana

hôm qua

leo

hôm nay

kesho

ngày mai

asubuhi

buổi sáng

saa sita mchana

buổi trưa

jioni

buổi tối

siku za biashara

ngày làm việc

mwishoni mwa wiki

cuối tuần

mwaka
năm

upinde wa mvua
cầu vồng
mvua
mưa
theluji
tuyết
upepo
gió
majira ya machipuko
mùa xuân
vuli
mùa thu
kiangazi
mùa hè
majira ya baridi
mùa đông

4.APRIL 11°
5.APRIL 4°
6.APRIL 13°
7.APRIL 8°
8.APRIL 10°

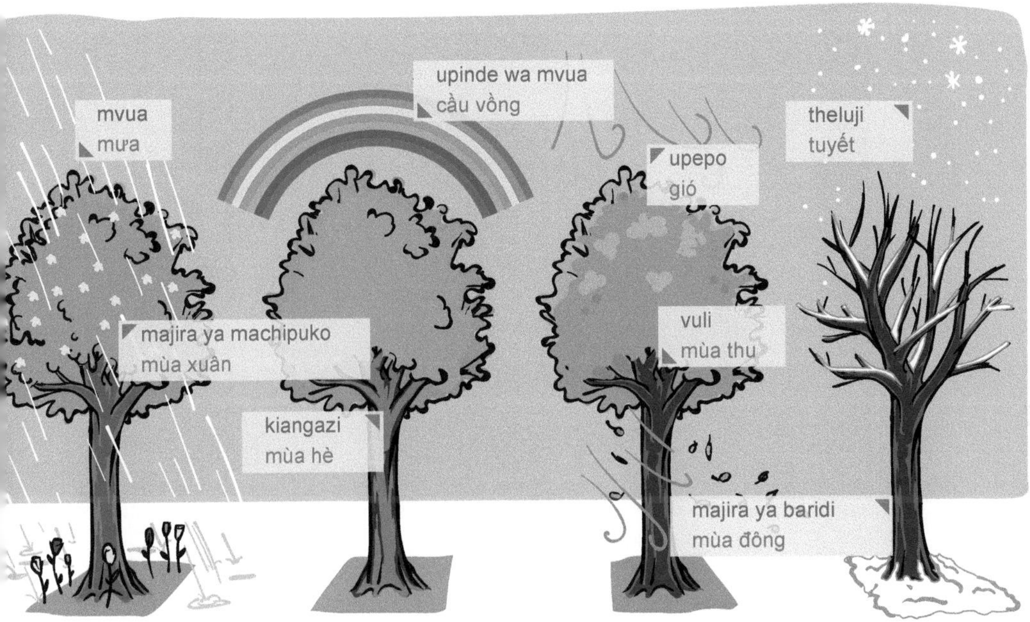

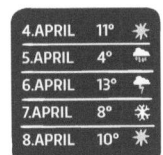

utabiri wa hali ya hewa

dự báo thời tiết

F C
120 40
90 30
60 20
30 10
0 0
-30 -10
-20

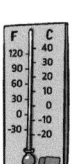

kipimajoto

nhiệt kế

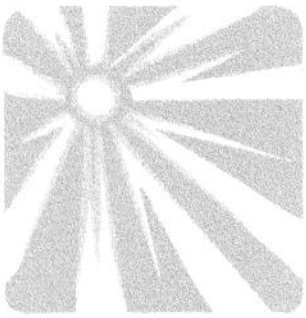

mwanga wa jua

ánh nắng

wingu

mây

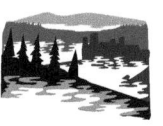

ukungu

sương mù

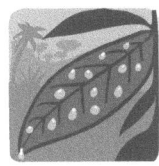

unyevu

độ ẩm không khí

umeme

tia chớp

radi

sấm sét

dhoruba

cơn bão

mvua ya mawe

mưa đá

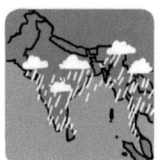

monsuni

gió mùa

mafuriko

lũ lụt

barafu

nước đá

Januari

tháng Một

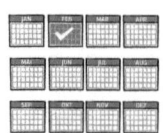

Februari

tháng Hai

Machi

tháng Ba

Aprili

tháng Tư

Mei

tháng Năm

Juni

tháng Sáu

Julai

tháng Bảy

Agosti

tháng Tám

Septemba

tháng Chín

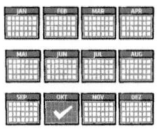

Oktoba

tháng Mười

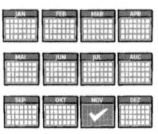

Novemba

tháng Mười Một

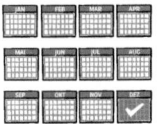

Desemba

tháng Mười Hai

maumbo
hình dạng

mduara

hình tròn

mraba

hình vuông

mstatili

hình chữ nhật

pembetatu

hình tam giác

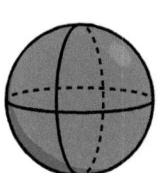

nyanja

hình cầu

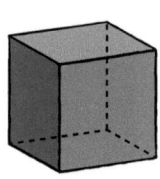

mchemraba

khối vuông

nyeupe

màu trắng

manjano

màu vàng

chungwa

màu cam

rangi ya waridi

màu hồng

nyekundu

màu đỏ

hudhurungi

màu tím

bluu

màu xanh dương

kijani

màu xanh lá cây

hanja

màu nâu

jivujivu

màu xám

nyeusi

màu đen

mengi / kidogo

nhiều / ít

hasira / pole

tức tối / điềm tĩnh

nzuri / mbaya

xinh đẹp / xấu xí

mwanzo / mwisho

bắt đầu / kết thúc

kubwa / ndogo

to / nhỏ

angavu / giza

sáng / tối

kaka / dada

anh (em) trai / chị (em) gái

safi / chafu

sạch / bẩn

kamilika / tokamilika

đủ / thiếu

siku / usiku

ngày / đêm

wafu / hai

chết / sống

pana / nyembamba

rộng / chật hẹp

kulika / kutolika

ăn được / không ăn được

ovu / ema

ác / tử tế

sisimkwa / udhika

hào hứng / chán nản

nene / nyembamba

béo / gầy

kwanza / mwisho

đầu tiên / cuối cùng

rafiki / adui

bạn / thù

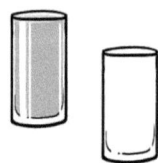

jaa / tupu

đầy / rỗng

ngumu / laini

cứng / mềm

nzito / nyepesi

nặng / nhẹ

njaa / kiu

đói / khát

mgonjwa / mwenye afya

bệnh / khỏe mạnh

haramu / kisheria

bất hợp pháp / hợp pháp

akili / kijinga

thông minh / ngu

kushoto / kulia

trái / phải

karibu / mbali

gần / xa

mpya / kutumika
mới / cũ

kitu / jambo
không có gì cả / có cái gì đó

zee / changa
già / trẻ

waka / zima
bật / tắc

wazi / fungwa
mở / đóng

utulivu / kelele
im lặng / ồn ào

tajiri / masikini
giàu / nghèo

sahihi / kosa
đúng / sai

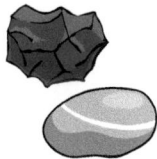

mbaya / laini
sần sùi / mịn màng

huzunika / furahia
buồn / vui

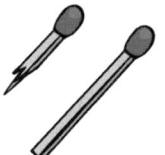

fupi /ndefu
ngắn / dài

polepole / haraka
chậm / nhanh

nyevu / kavu
ẩm ướt / khô ráo

joto / baridi
ấm áp / mát mẻ

vita / amani
chiến tranh / hòa bình

0

sufuri

số không

1

moja

một

2

mbili

hai

3

tatu

ba

4

nne

bốn

5

tano

năm

6

sita

sáu

7

saba

bảy

8

nane

tám

9

tisa

chín

10

kumi

mười

11

kumi na moja

mười một

12
kumi na mbili
mười hai

13
kumi na tatu
mười ba

14
kumi na nne
mười bốn

15
kumi na tano
mười lăm

16
kumi na sita
mười sáu

17
kumi na saba
mười bảy

18
kumi na nane
mười tám

19
kumi na tisa
mười chín

20
ishirini
hai mươi

100
mia
một trăm

1.000
elfu
một ngàn

1.000.000
milioni
một triệu

Kiingereza

tiếng Anh

Kiingereza cha Marekani

tiếng Anh Mỹ

Kimandarini cha Uchina

tiếng Quan Thoại

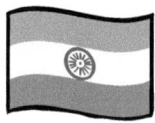

Kihindi

tiếng Hin-di

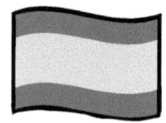

Kihispania

tiếng Tây Ban Nha

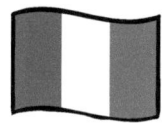

Kifaransa

tiếng Pháp

Kiarabu

tiếng Ả-rập

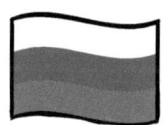

Kirusi

tiếng Nga

Kireno

tiếng Bồ Đào Nha

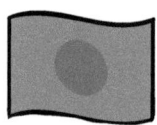

Kibengali

tiếng Bengal

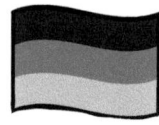

Kijerumani

tiếng Đức

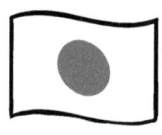

Kijapani

tiếng Nhật

mimi

tôi

wewe

bạn

yeye / yeye / ni

anh ta / cô ta / nó

sisi

chúng tôi

wewe

các bạn

wao

họ

nani?

ai?

nini?

cái gì?

jinsi gani?

như thế nào?

wapi?

ở đâu?

lini?

lúc nào?

jina

tên

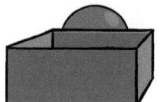

nyuma

phía sau

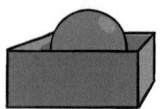

katika

ở trong

mbele ya

phía trước

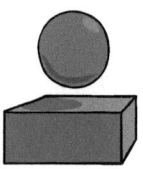

juu ya

phía trên

kwenye

ở trên

chini ya

ở dưới

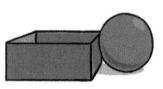

kando

bên cạnh

kati

ở giữa

mahali

chỗ